Impressum
Verlag: BABADADA GmbH, Nedderfeld 112 , 22529 Hamburg
Geschäftsführer / Verlagsleitung: Harald Hof
Druck: Books on Demand GmbH, In de Tarpen 42, 22848 Norderstedt

Imprint
Publisher: BABADADA GmbH, Nedderfeld 112 , 22529 Hamburg, Germany
Managing Director / Publishing direction: Harald Hof
Print: Books on Demand GmbH, In de Tarpen 42, 22848 Norderstedt, Germany

iskola
trường học

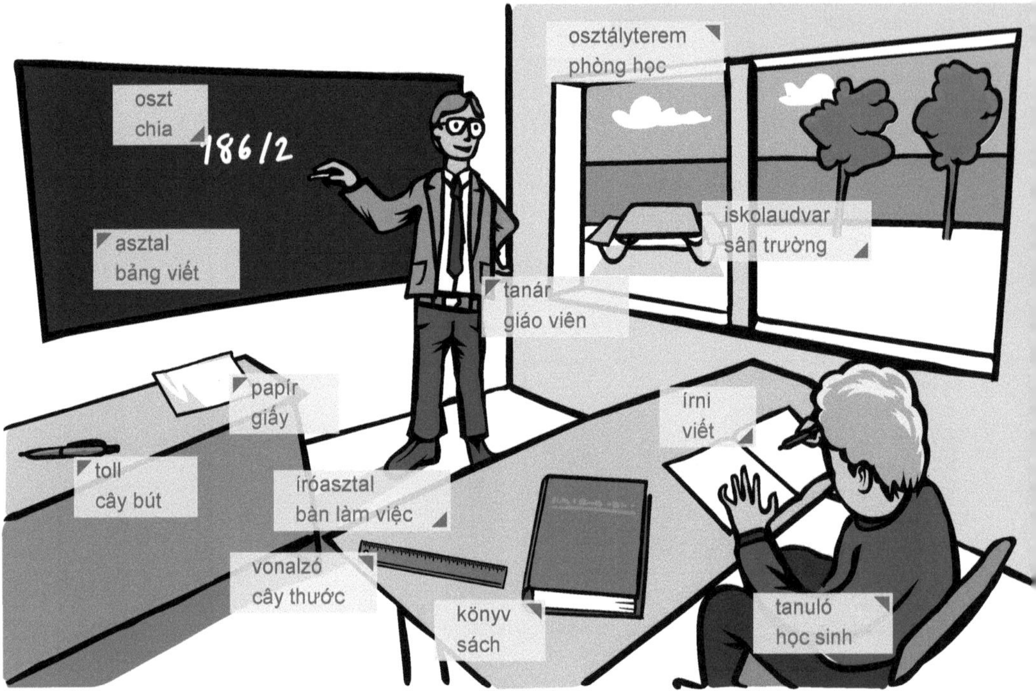
osztályterem
phòng học
oszt
chia
186/2
asztal
bảng viết
iskolaudvar
sân trường
tanár
giáo viên
papír
giấy
írni
viết
toll
cây bút
íróasztal
bàn làm việc
vonalzó
cây thước
könyv
sách
tanuló
học sinh

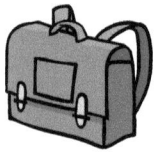

iskolatáska
cặp đeo vai học sinh

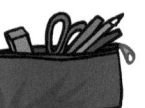

tolltartó
hộp đựng bút

ceruza
bút chì

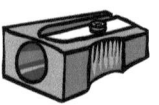

ceruzahegyező
cái gọt bút chì

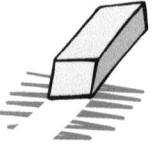

radír
cục tẩy

rajzfüzet
tập giấy vẽ

rajz

bản vẽ

ecset

cọ vẽ

festőkészlet

hộp mực vẽ

olló

cây kéo

ragasztó

keo dán

munkafüzet

sách bài tập

házi feladat

bài tập ở nhà

12

szám

số

2+2

összead

cộng

5-2

kivon

trừ

2×2

szoroz

nhân

számol

tính toán

betű

chữ cái

**ABCDEFG
HIJKLMN
OPQRSTU
VWXYZ**

ABC

bảng chữ cái

szó

từ

szöveg

văn bản

olvasni

đọc

kréta

phấn viết

tanóra

bài học

napló

sổ lớp

vizsga

thi kiểm tra

bizonyítvány

chứng chỉ

iskolai egyenruha

đồng phục học sinh

oktatás

giáo dục

enciklopédia

từ điển bách khoa

egyetem

đại học

mikroszkóp

kính hiển vi

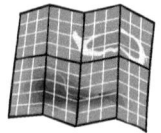

térkép

bản đồ

papír-hulladék gyűjtő

thùng rác giấy

utazás
du lịch

hotel
khách sạn
Grand
szállás
nhà trọ
ROOMS
EXCHANGE
valutaváltó iroda
quầy đổi tiền
bőrönd
va li
autó
xe ô tô

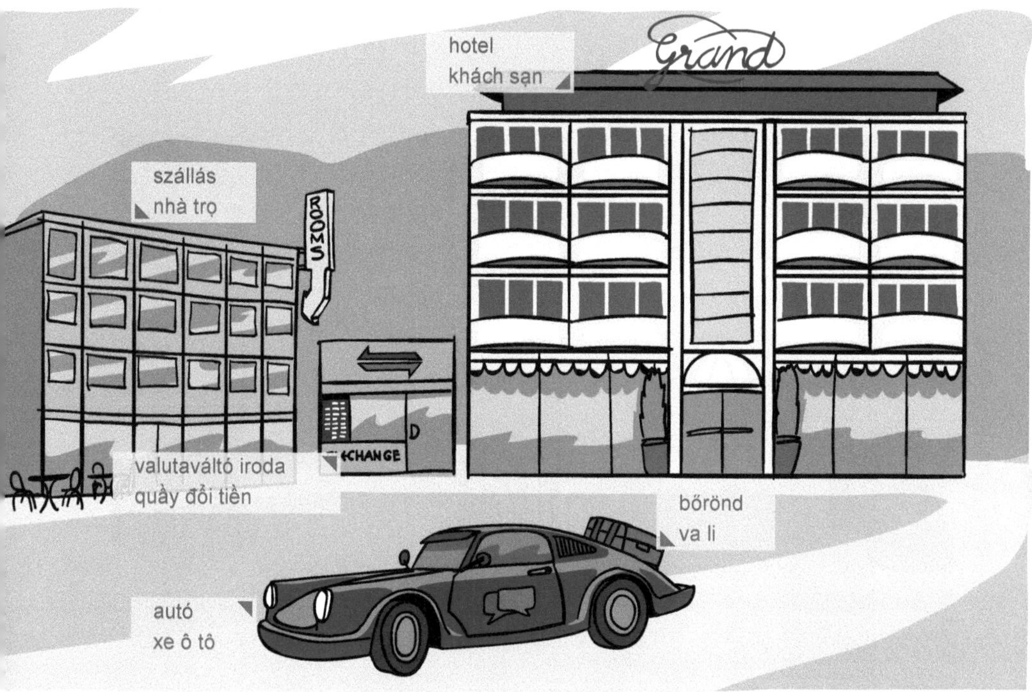

nyelv
ngôn ngữ

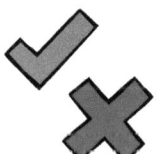

igen/nem
có / không

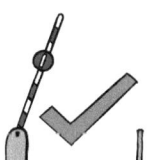

rendben
ô kê

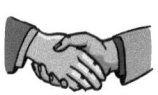

szia
Xin chào

fordító
thông dịch viên

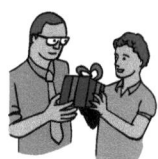

köszönöm
cám ơn

mennyibe kerül…?

… bao nhiêu tiều?

nem értem

tôi không hiểu

probléma

vấn đề

Jó estét!

Xin chào! (buổi tối)

jó reggelt!

xin chào! (buổi sáng)

jó éjszakát!

chúc ngủ ngon!

viszontlátásra

tạm biệt

útirány

hướng đi

poggyász

hành lý

táska

túi xách

hátizsák

túi ba lô

vendég

khách

szoba

phòng

hálózsák

túi ngủ

sátor

lều

turista információ

thông tin du lịch

strand

bãi biển

hitelkártya

thẻ tín dụng

reggeli

ăn sáng

ebéd

ăn trưa

vacsora

ăn tối

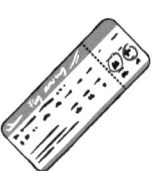

jegy

vé xe

lift

thang máy

bélyeg

tem bưu điện

határ

biên giới

vám

hải quan

nagykövetség

đại sứ quán

vízum

thị thực

útlevél

hộ chiếu

közlekedés
vận chuyển

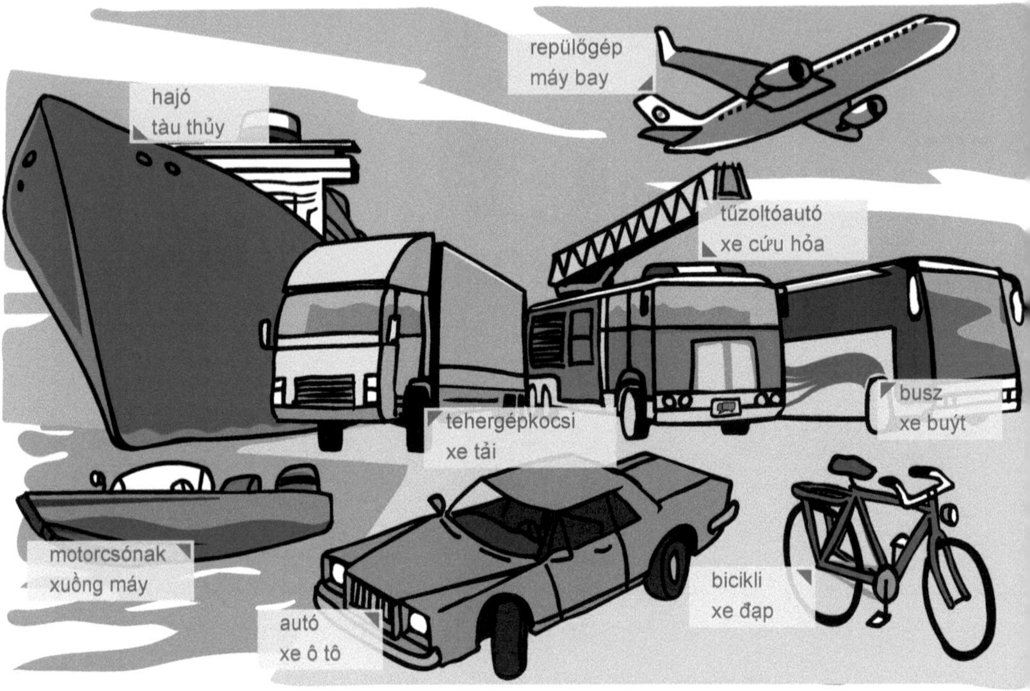

repülőgép
máy bay
hajó
tàu thủy
tűzoltóautó
xe cứu hỏa
busz
xe buýt
tehergépkocsi
xe tải
motorcsónak
xuồng máy
bicikli
xe đạp
autó
xe ô tô

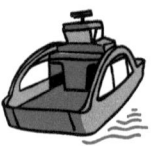

komp

phà

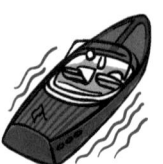

csónak

xuồng

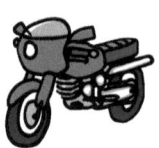

motorkerékpár

xe máy

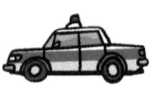

rendőrautó

xe cảnh sát

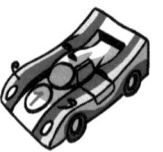

versenyautó

xe đua

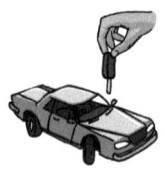

bérautó

xe cho thuê

telekocsi

dịch vụ thuê xe tự lái

vontató

xe kéo cứu hộ

szemetes autó

xe rác

motor

động cơ

üzemanyag

xăng

benzinkút

trạm xăng

közlekedési tábla

biển báo giao thông

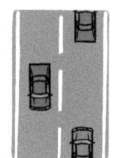

forgalom

giao thông

forgalmi dugó

ách tắc giao thông

parkoló

bãi đậu xe

vonatállomás

nhà ga

sínek

đường ray

vonat

xe lửa

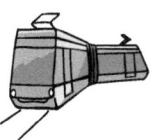

villamos

tàu điện

vagon

toa xe

helikopter

máy bay trực thăng

repülőtér

sân bay

torony

tháp

utas

hành khách

konténer

côngtenơ

kartondoboz

thùng các-tông

taliga

xe đẩy

kosár

cái giỏ

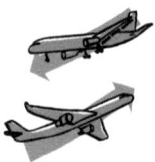

felszáll / leszáll

cất cánh / hạ cánh

város

thành phố

falu

làng

városközpont

trung tâm thành phố

ház

nhà

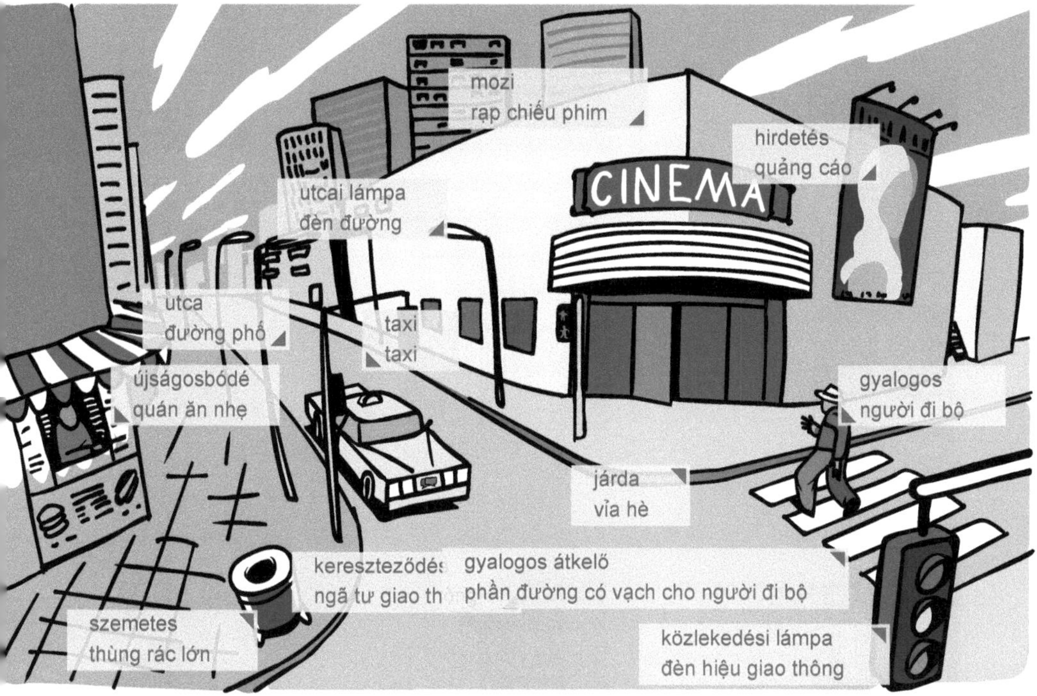
mozi
rạp chiếu phim
hirdetés
quảng cáo
CINEMA
utcai lámpa
đèn đường
utca
đường phố
taxi
taxi
újságosbódé
quán ăn nhẹ
gyalogos
người đi bộ
járda
vỉa hè
kereszteződés
ngã tư giao th
gyalogos átkelő
phần đường có vạch cho người đi bộ
szemetes
thùng rác lớn
közlekedési lámpa
đèn hiệu giao thông

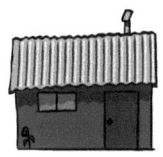

kunyhó

nhà chòi

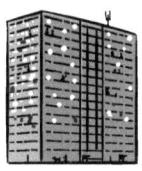

lakás

căn hộ

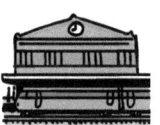

vonatállomás

nhà ga

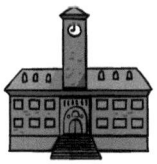

városháza

tòa thị chính

MUSEUM

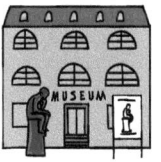

múzeum

viện bảo tàng

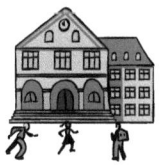

iskola

trường học

egyetem

đại học

bank

ngân hàng

kórház

bệnh viện

hotel

khách sạn

gyógyszertár

hiệu thuốc

iroda

văn phòng

könyvesbolt

hiệu sách

üzlet

cửa hiệu

virágüzlet

cửa hiệu bán hoa

szupermarket

siêu thị

piac

chợ

áruház

cửa hàng bách hóa

halárus

người bán cá

bevásárló központ

trung tâm mua bán

kikötő

bến cảng

park

công viên

pad

ghế băng

híd

cầu

lépcső

cầu thang

metró

tàu điện ngầm

alagút

đường hầm

buszmegálló

trạm xe buýt

bár

quán bar

étterem

khách sạn

postaláda

hòm thư công cộng

utcatábla

bảng hiệu đường

parkoló óra

đồng hồ đậu xe

állatkert

vườn bách thú

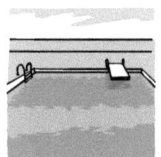

uszoda

bể bơi

mecset

nhà thờ Hồi giáo

gazdálkodás
nông trại

környezetszennyezés
ô nhiễm môi trường

temető
nghĩa trang

templom
nhà thờ

játszótér
sân chơi

szentély
ngôi đền

táj
phong cảnh

levél
lá cây

útjelző tábla
bảng chỉ đường

út
lối đi

rét
bãi cỏ

kő
hòn đá

túrázó
người đi bộ đường dài

fa
cây

folyó
sông

fű
cỏ

virág
bông hoa

völgy
thung lũng

domb
đồi

tó
hồ nước

erdő
rừng

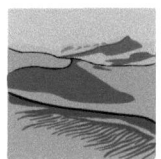

sivatag
sa mạc

vulkán
núi lửa

kastély
lâu đài

szivárvány
cầu vồng

gomba
nấm

pálmafa
cây cọ

szúnyog
con muỗi

légy
con ruồi

hangya
con kiến

méhecske
con ong

pók
con nhện

bogár

bọ cánh cứng

béka

con ếch

mókus

con sóc

sündisznó

con nhím

nyúl

con thỏ

bagoly

con cú

madár

con chim

hattyú

thiên nga

vaddisznó

heo rừng

szarvas

con hươu

rénszarvas

nai sừng tấm

gát

đê

szélturbina

tuabin gió

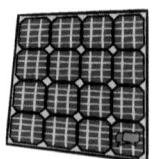

napelem

tấm năng lượng mặt trời

éghajlat

khí hậu

táj - phong cảnh

pincér
bồi bàn

menü
thực đơn

szék
ghế

leves
súp

pizza
bánh pizza

evőeszköz
bộ dao nĩa ăn

terítő
khăn trải bàn

előétel
món ăn khai vị

főétel
món ăn chính

desszert
món tráng miệng

italok
thức uống

étel
thức ăn

üveg
cái chai

gyorsétel

thức ăn nhanh

gyorsétel

thức ăn đường phố

teás kanna

ấm trà

cukortartó

hộp đường

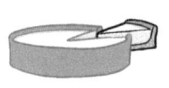

adag

khẩu phần

eszpresszógép

máy pha espresso

bárszék

ghế cao

számla

hóa đơn

tálca

khay

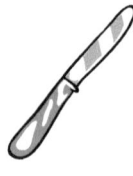

kés

dao

villa

nĩa

kanál

thìa

teáskanál

thìa uống trà

szalvéta

khăn ăn

pohár

cốc thủy tinh

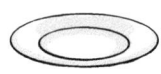

tányér

đĩa

leveses tányér

đĩa súp

csészealj

đĩa lót cốc

szósz

nước sốt

sószóró

lọ muối

borsőrlő

cái xay tiêu

ecet

giấm

étkezési olaj

dầu

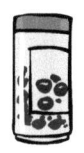

fűszerek

gia vị

ketchup

nước xốt cà chua

mustár

tương hạt cải

majonéz

nước sốt mayonnaise

Labels on the illustration:

- különleges ajánlat / chào giá đặc biệt
- ügyfél / khách hàng
- tejtermék / sản phẩm từ sữa
- gyümölcsök / trái cây
- bevásárló kocsi / xe đẩy mua sắm

FOR

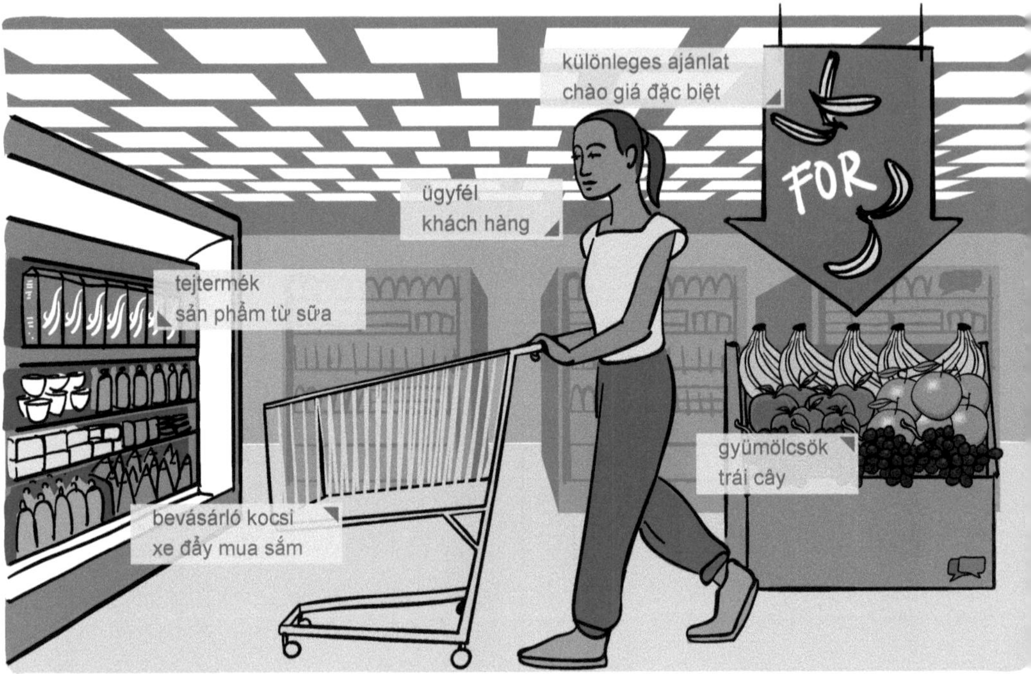

hentes
lò mổ

pékség
cửa hiệu bán bánh mì

nyom valamennyit
cân nặng

zöldség
rau quả

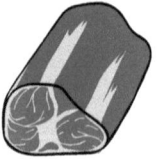

hús
thịt

fagyasztott áru
thức ăn đông lạnh

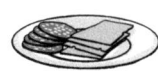

felvágott

lát thịt nguội

konzerv

đồ hộp

mosópor

bột giặt

édességek

đồ ngọt

háztartási termék

sản phẩm dùng trong gia đình

tisztítószerek

chất tẩy rửa

eladó

người bán hàng

pénztárgép

quầy trả tiền

eladó

nhân viên thu ngân

bevásárló lista

danh sách mua sắm

nyitva tartás

giờ mở cửa

levéltárca

ví tiền

hitelkártya

thẻ tín dụng

zacskó

túi đeo

műanyag zacskó

túi ny lông

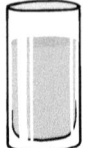

víz

nước

gyümölcslé

nước quả ép

tej

sữa

kóla

coca-cola

bor

rượu vang

sör

bia

alkohol

cồn

kakaó

cacao

tea

trà

kávé

cà phê

eszpresszó

espresso

kapucsínó

cappuccino

banán

chuối

alma

quả táo

narancs

quả cam

sárgadinnye

dưa hấu

citrom

chanh

sárgarépa

cà rốt

fokhagyma

tỏi

bambusz

tre

hagyma

củ hành

gomba

nấm

magvak

hạt dẻ

nokedli

mì

spagetti

mì spaghetti

rizs

cơm

saláta

xà lách

sült krumpli

khoai tây chiên

sült burgonya

khoai tây chiên

pizza

bánh pizza

hamburger

bánh hamburger

szendvics

bánh mì sandwich

hússzelet

thịt côtlet

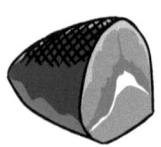

sonka

thịt giăm bông

szalámi

xúc xích

kolbász

dồi

csirke

gà

pecsenye

rán

hal

cá

zabkása

cháo yến mạch

müzli

cháo muesli

kukoricapehely

bánh bột ngô nướng

liszt

bột mì

croissant

bánh sừng bò

zsemle

bánh mì

kenyér

bánh mì

pirítós kenyér

bánh mì nướng

keksz

bánh bích quy

vaj

bơ

túró

sữa đông

sütemény

bánh ngọt

tojás

trứng

tükörtojás

trứng rán

sajt

pho mát

jégkrém

kem

cukor

đường

méz

mật ong

lekvár

mứt

mogyorókrém

kem nougat

curry

cà ri

étel - thức ăn

gazdálkodás
nông trại

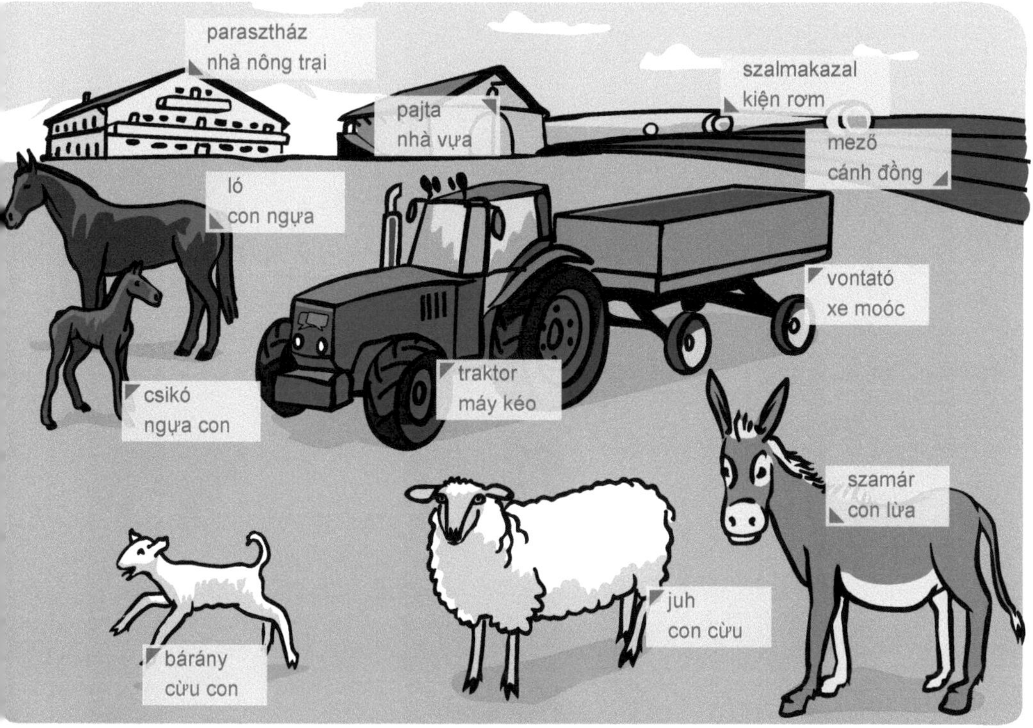

parasztház
nhà nông trại
pajta
nhà vựa
szalmakazal
kiện rơm
mező
cánh đồng
ló
con ngựa
vontató
xe moóc
traktor
máy kéo
csikó
ngựa con
szamár
con lừa
juh
con cừu
bárány
cừu con

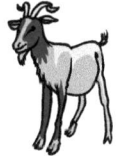

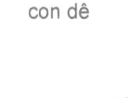

kecske

con dê

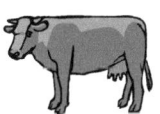

tehén

con bò

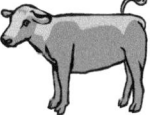

borjú

con bê

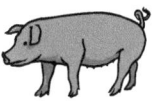

malac

con lợn

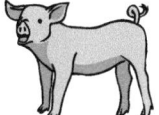

kismalac

lợn con

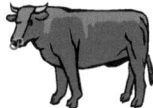

bika

bò đực

liba

con ngỗng

kacsa

con vịt

csibe

gà con

tojó

gà mái

kakas

gà trống

patkány

con chuột

macska

mèo

egér

chuột nhắt

ökör

bò đực

kutya

con chó

kutyaház

nhà chuồng chó

kerti öntözőcső

ống tưới vườn cây

öntözőkanna

thùng tưới cây

kasza

lưỡi hái

eke

cái cày

sarló

cái liềm

kapa

cái cuốc

vasvilla

cái chĩa

fejsze

cái rìu

talicska

xe cút kít

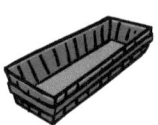

teknö

máng ăn

tejes kancsó

lọ sữa

zsák

bao tải

kerítés

hàng rào

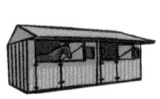

istálló

chuồng

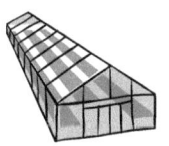

üvegház

nhà kính trồng cây

talaj

đất trồng

vetőmag

hạt giống

trágya

phân bón

cséplőgép

máy gặt đập liên hợp

szüretelni

thu hoạch

betakarítás

mùa thu hoạch

yamgyökér

khoai lang

búza

lúa mì

szója

đậu nành

burgonya

khoai tây

kukorica

ngô

repcemag

hạt cải dầu

gyümölcsfa

cây ăn trái

manióka

sắn

gabona

ngũ cốc

ház
nhà

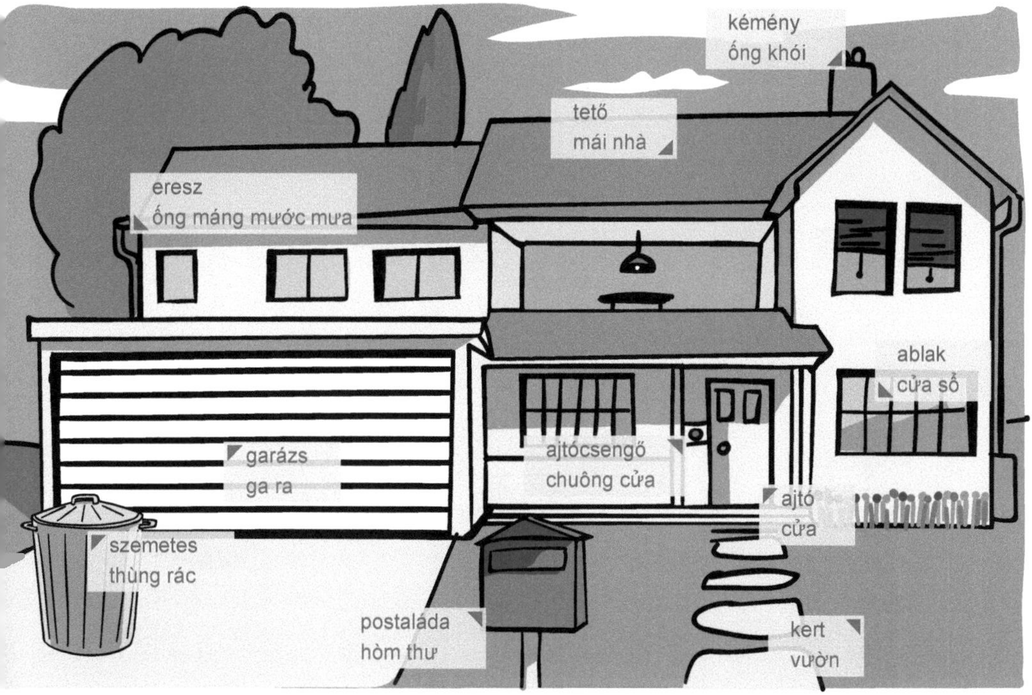
kémény
ống khói
tető
mái nhà
eresz
ống máng mước mưa
ablak
cửa sổ
garázs
ga ra
ajtócsengő
chuông cửa
ajtó
cửa
szemetes
thùng rác
postaláda
hòm thư
kert
vườn

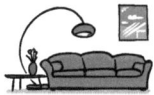

nappali

phòng khách

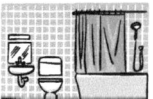

fürdőszoba

phòng tắm

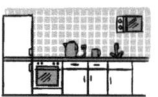

konyha

bếp

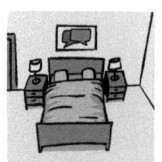

hálószoba

phòng ngủ

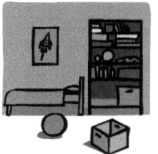

gyerekszoba

phòng trẻ em

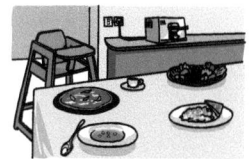

ebédlő

phòng ăn

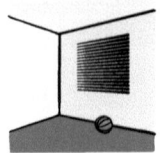

padló

nền nhà

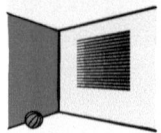

fal

tường

plafon

trần nhà

pince

tầng hầm

szauna

tắm hơi

erkély

ban công

terasz

sân hiên

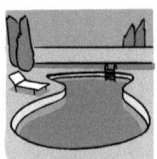

medence

bể bơi

fűnyíró

máy cắt cỏ

lepedő

khăn trải giường

ágytakaró

khăn trải giường

ágy

giường

seprű

chổi

vödör

cái xô

kapcsoló

công tắc điện

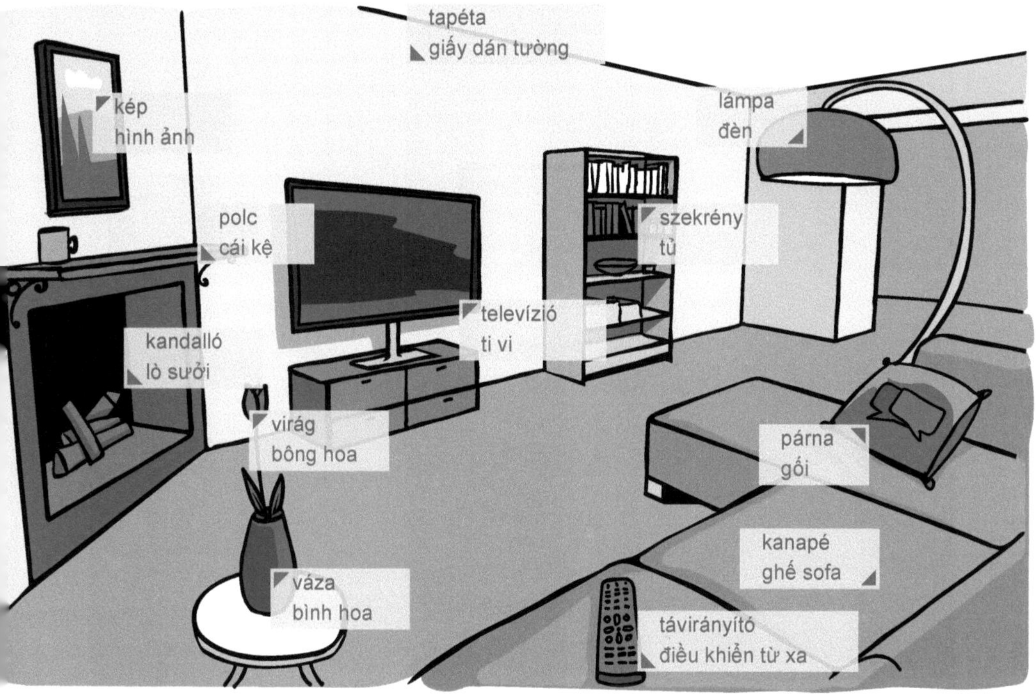

tapéta
giấy dán tường

kép
hình ảnh

lámpa
đèn

polc
cái kệ

szekrény
tủ

televízió
ti vi

kandalló
lò sưởi

virág
bông hoa

párna
gối

váza
bình hoa

kanapé
ghế sofa

távirányító
điều khiển từ xa

szőnyeg
thảm

függöny
rèm

asztal
cái bàn

szék
ghế

hintaszék
ghế bập bênh

karosszék
ghế bành

könyv

sách

takaró

cái chăn

dekoráció

đồ trang trí

tűzifa

củi

film

phim

hifi

máy hi-fi

kulcs

chìa khóa

újság

báo

festmény

bức tranh

poszter

áp phích

rádió

radio

jegyzetfüzet

sổ ghi chép

porszívó

máy hút bụi

kaktusz

cây xương rồng

gyertya

cây nến

konyha
bếp

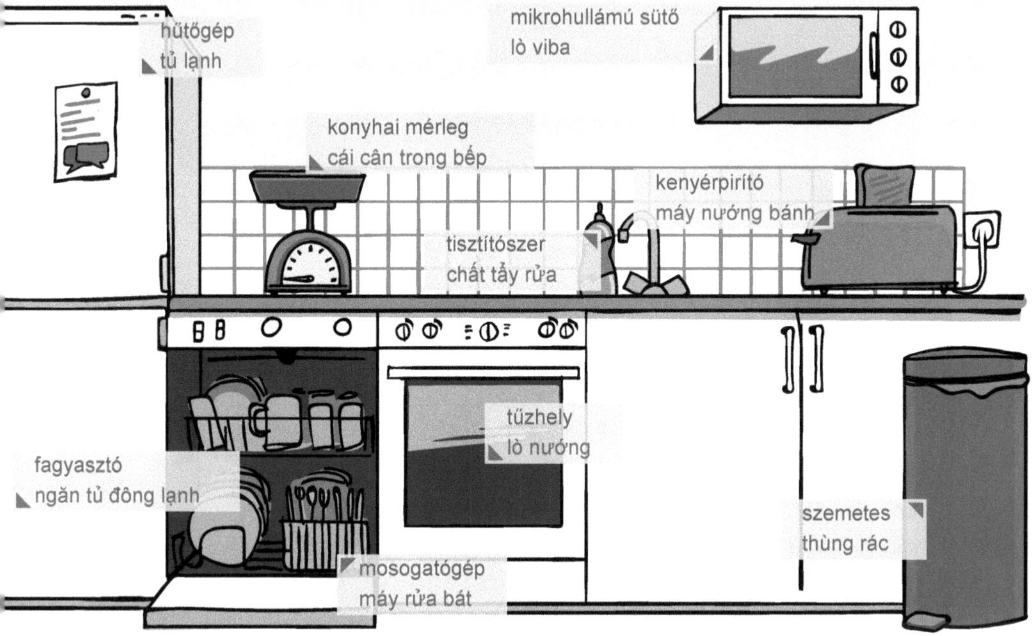
hűtőgép
tủ lạnh
mikrohullámú sütő
lò viba
konyhai mérleg
cái cân trong bếp
kenyérpirító
máy nướng bánh
tisztítószer
chất tẩy rửa
tűzhely
lò nướng
fagyasztó
ngăn tủ đông lạnh
szemetes
thùng rác
mosogatógép
máy rửa bát

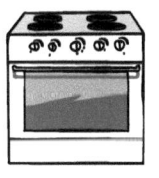

tűzhely
lò nấu

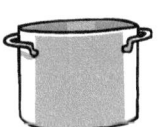

edény
nồi

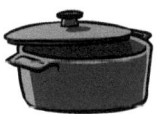

vasfazék
nồi sắt

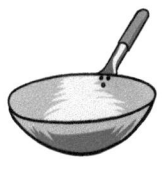

wok / kadai
chảo

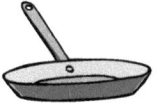

serpenyő
chảo

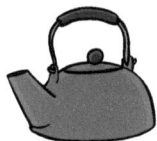

vízforraló
ấm đun nước

páróló

nồi đun hơi

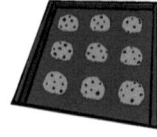

tepsi

khay lò nướng

étkészlet

bát đĩa

bögre

cốc

tálka

cái bát

evőpálcika

đũa

merőkanál

cái vá

keverőlapátka

bàn xẻng

habverő

que đánh kem

szűrő

rây dùng trong bếp

szita

cái rây lọc

reszelő

cái nạo

mozsár

vữa

grillsütő

vỉ nướng

kandalló

ngọn lửa trần

vágódeszka

cái thớt

sodrófa

trục cán bột

dugóhúzó

cái mở nút chai

doboz

vỏ đồ hộp

konzervnyitó

cái mở vỏ đồ hộp

edényfogó

miếng nhắc nồi

mosogató

bồn rửa bát

kefe

bàn chải

szivacs

miếng xốp

turmixgép

máy xay

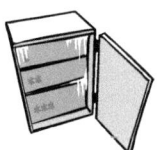

mélyhűtő

tủ đông lạnh

cumisüveg

bình sữa cho trẻ sơ sinh

csap

vòi nước

konyha - bếp

fürdőszoba
phòng tắm

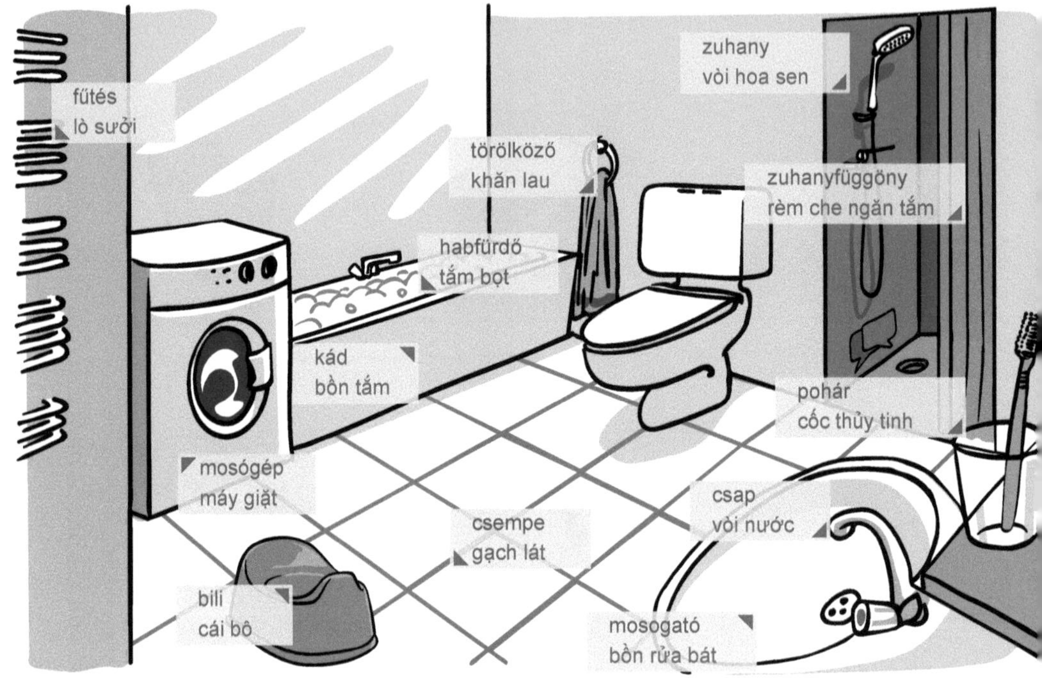
zuhany
vòi hoa sen
fűtés
lò sưởi
törölköző
khăn lau
zuhanyfüggöny
rèm che ngăn tắm
habfürdő
tắm bọt
kád
bồn tắm
pohár
cốc thủy tinh
mosógép
máy giặt
csap
vòi nước
csempe
gạch lát
bili
cái bô
mosogató
bồn rửa bát

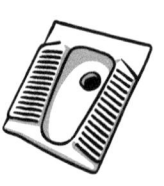

toalett

bồn cầu

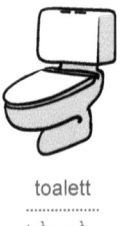

guggolós toalett

bồn cầu ngồi xổm

bidé

bồn rửa hậu môn

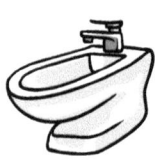

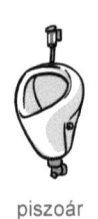

piszoár

bồn tiểu tiện

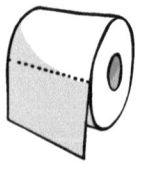

toalett papír

giấy vệ sinh

wc kefe

bàn chải cọ bồn cầu

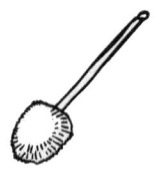

fogkefe

bàn chải đánh răng

fogkrém

kem đánh răng

fogselyem

chỉ nha khoa

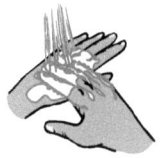

mosni

rửa

kézi zuhany

vòi sen cầm tay

intimzuhany

vòi rửa hậu môn

mosdótál

bồn rửa

hátmosó kefe

bàn chải cọ lưng

szappan

xà phòng

tusfürdő

sữa tắm

sampon

dầu gội

mosdókesztyü

khăn cọ để tắm

lefolyó

lỗ thoát nước

krém

kem

dezodor

chất khử mùi

tükör

gương

kézitükör

gương tay

borotva

dao cạo râu

borotvahab

kem cạo râu

borotválkozás utáni
arcszesz

nước thơm dùng sau khi
cạo râu

fésű

cái lược

hajkefe

bàn chải

hajszárító

máy xấy tóc

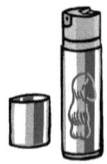

hajlakk

keo xịt tóc

smink

đồ trang điểm

ajakrúzs

thỏi son môi

körömlakk

sơn bôi móng

vatta

bông

körömvágó olló

kéo cắt móng

parfüm

nước hoa

neszesszer

túi đựng đồ tắm

sámli

ghế đẩu

mérleg

cái cân

köntös

áo choàng tắm

gumikesztyű

găng tay làm vệ sinh

tampon

nút gạc

egészségügyi betét

băng vệ sinh

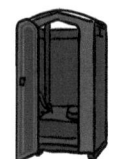

vegyi WC

nhà vệ sinh hóa chất

gyerekszoba
phòng trẻ em

ébresztő óra
đồng hồ báo thức
plüssállat
thú bông
játékautó
xe đồ chơi
csörgő
cái lúc lắc
babaház
nhà búp bê
ajándék
món quà

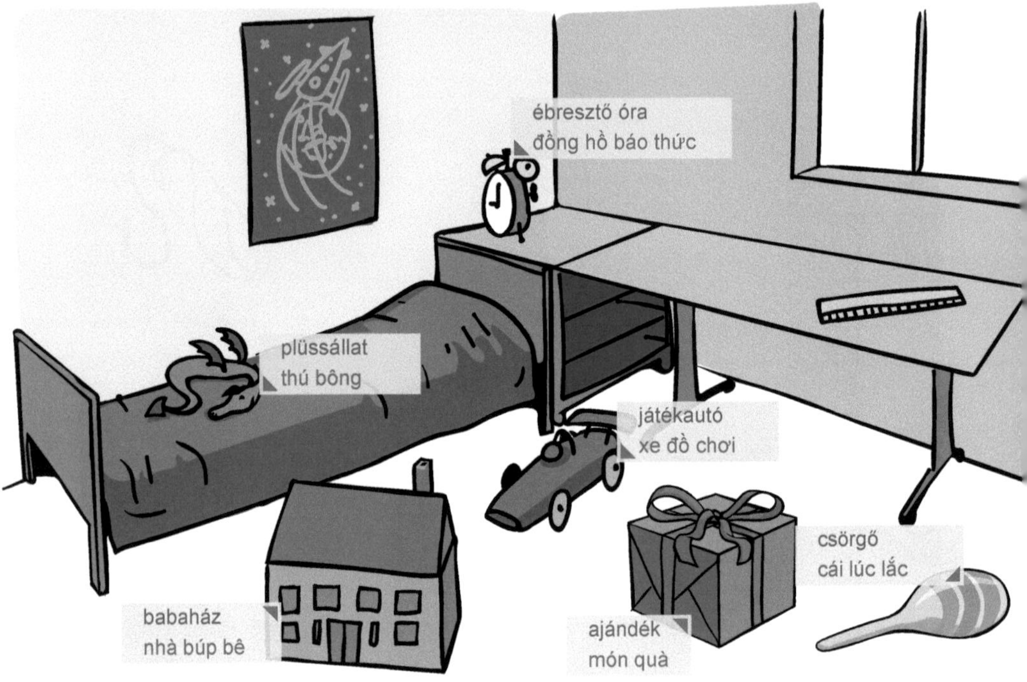

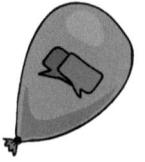

lufi

bong bóng

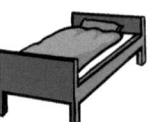

ágy

giường

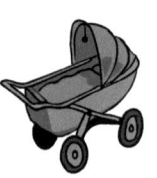

babakocsi

xe nôi

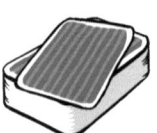

kártyapakli

trò chơi bài

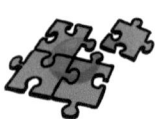

kirakós játék

trò chơi ghép hình

SUPER MEGA

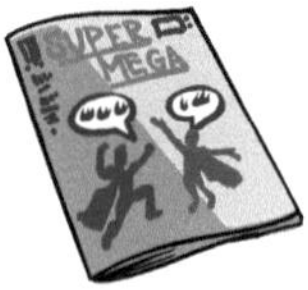

képregény

truyện tranh

építőkockák

gạch Lego

építőelem

khối xếp hình

szuperhős

nhân vật hành động

rugdalózó

áo liền quần cho trẻ sơ sinh

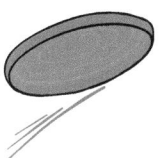

frizbi

đĩa nhựa để ném

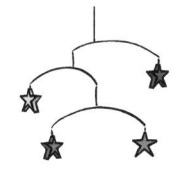

zenélő forgó

đồ chơi treo trên giường

társasjáték

trò chơi cờ bàn

kocka

xúc xắc

modellvasút

đồ chơi xe lửa mô hình

curni

ti giả

zsúr

buổi tiệc

képeskönyv

sách tranh

labda

quả bóng

baba

búp bê

játszani

chơi

homokozó

hố cát

hinta

cái đu

játékok

đồ chơi

videójáték konzol

máy chơi game cầm tay

tricikli

xe ba bánh

teddi maci

gấu bông

ruhásszekrény

tủ quần áo

ruházat

y phục

zokni

bít tất

harisnya

bít tất dài

harisnyanadrág

quần tất

sál
khăn choàng cổ

esernyő
ô che mưa

póló
áp phông

öv
dây thắt lưng

csizma
ủng

papucs
dép đi trong nhà

tornacipő
giày sneaker

szandál
dép xăng đan

cipő
giày

gumicsizma
ủng cao su

alsónadrág
quần lót

melltartó
áo ngực

mellény
áo vest

ruházat - y phục

45

body

áo ôm sát cơ thể

nadrág

quần dài

farmer

quần bò

szoknya

váy

blúz

áo cánh

ing

áo sơ mi

pulóver

áo len chui đầu

kapucnis pulóver

áo len

blézer

áo blazer

dzseki

áo jacket

kabát

áo khoác

esőkabát

áo mưa

kosztüm

trang phục

ruha

áo váy

esküvői ruha

áo cưới

öltöny

bộ com lê

hálóing

áo ngủ

pizsama

pijama

szári

trang phục sari

fejkendő

khăn trùm đầu

turbán

khăn đội đầu

burka

áo burka

kaftán

áo captan

abaya

áo aba

fürdőruha

quần áo bơi

fürdőnadrág

quần bơi

rövidnadrág

quần đùi

tréningruha

quần áo tracksuit

kötény

tạp dề

kesztyű

găng tay

gomb

cái cúc

szemüveg

kính mắt

karkötő

vòng đeo tay

nyaklánc

vòng cổ

gyűrű

nhẫn

fülbevaló

hoa tai

sapka

mũ lưỡi trai

vállfa

cái mắc treo áo quần

kalap

mũ

nyakkendő

cà vạt

cipzár

dây kéo phéc mơ tuya

bukósisak

mũ bảo hiểm

nadrágtartó

dây đeo quần

iskolai egyenruha

đồng phục học sinh

egyenruha

đồng phục

előke
yếm trẻ em

cumi
ti giả

pelenka
tã lót

iroda
văn phòng

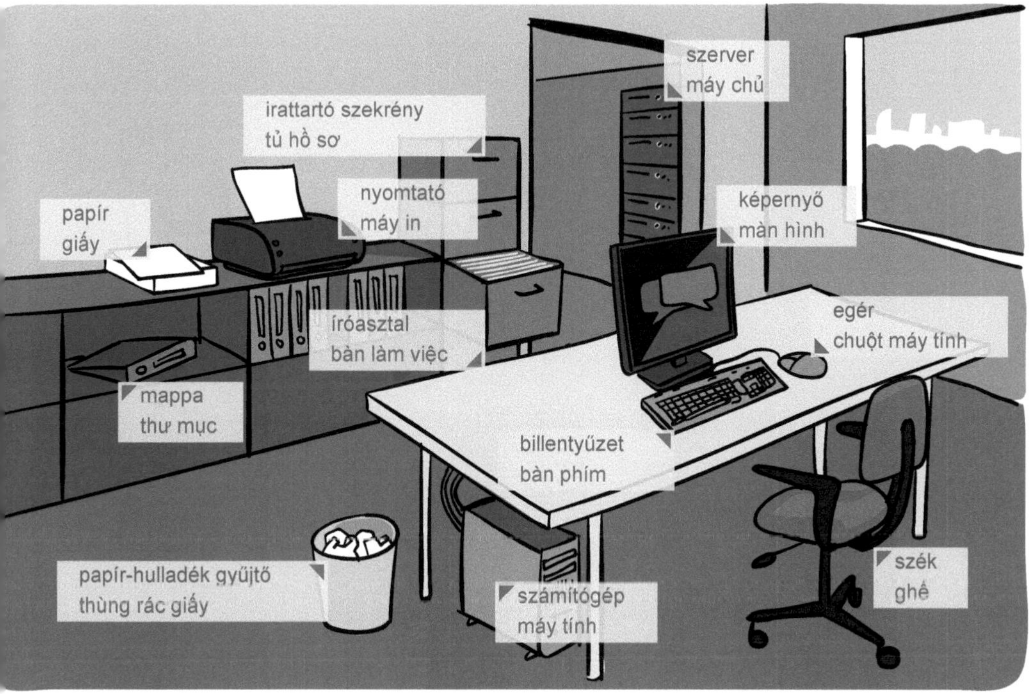

szerver
máy chủ

irattartó szekrény
tủ hồ sơ

papír
giấy

nyomtató
máy in

képernyő
màn hình

íróasztal
bàn làm việc

egér
chuột máy tính

mappa
thư mục

billentyűzet
bàn phím

papír-hulladék gyűjtő
thùng rác giấy

szék
ghế

számítógép
máy tính

kávéscsésze
cốc cà phê

számológép
máy tính bỏ túi

internet
internet

laptop

laptop

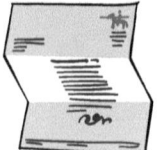

levél

thư

üzenet

tin nhắn

mobiltelefon

điện thoại di động

hálózat

mạng

fénymásoló

máy photocopy

szoftver

phần mềm

telefon

điện thoại

konnektor

ổ cắm điện

faxgép

máy fax

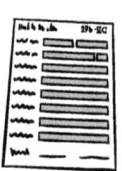

formanyomtatvány

mẫu đơn

dokumentum

chứng từ

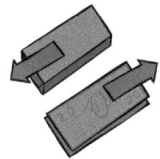

venni

mua

fizetni

trả tiền

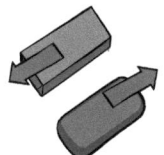

kereskedni

buôn bán

pénz

tiền

dollár

đô la

euró

Euro

jen

yên

rubel

rúp

svájci frank

franc Thụy Sĩ

kínai jüan

nhân dân tệ

rúpia

rupi

bankautomata

máy rút tiền tự động

valutaváltó iroda

quầy đổi tiền

arany

vàng

ezüst

bạc

olaj

dầu

energia

năng lượng

ár

giá tiền

szerződés

hợp đồng

adó

thuế

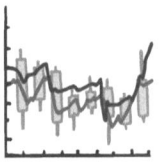

részvény

cổ phiếu

dolgozni

làm việc

munkavállaló

nhân viên

munkaadó

chủ lao động

gyár

nhà máy

üzlet

cửa hiệu

rendőr
nhân viên cảnh sát

tűzoltó
lính cứu hỏa

szakács
đầu bếp

orvos
bác sĩ

pilóta
phi công

kertész	**kárpitos**	**varrónő**
người làm vườn	thợ mộc	thợ may

bíró	**vegyész**	**színész**
chánh án	nhà hóa học	diễn viên

buszsofőr

tài xế xe buýt

taxisofőr

người lái taxi

bejárónő

người lau dọn vệ sinh

tetőfedő

thợ lợp mái nhà

pincér

bồi bàn

vadász

thợ săn

festő

họa sĩ

pék

thợ làm bánh

villanyszerelő

thợ điện

építőmunkás

thợ xây dựng

mérnök

kỹ sư

hentes

người hàng thịt

vízvezeték-szerelő

thợ sửa ống nước

postás

người đưa thư

katona

người lính

építész

kiến trúc sư

eladó

nhân viên thu ngân

virágos

người bán hoa

fodrász

thợ cắt tóc

kalauz

nhân viên soát vé

műszerész

thợ cơ khí

kapitány

thuyền trưởng

fogorvos

nha sĩ

tudós

nhà khoa học

rabbi

giáo sĩ Do thái

imám

lãnh tụ Hồi giáo

szerzetes

nhà sư

lelkész

mục sư

szerszámok

dụng cụ

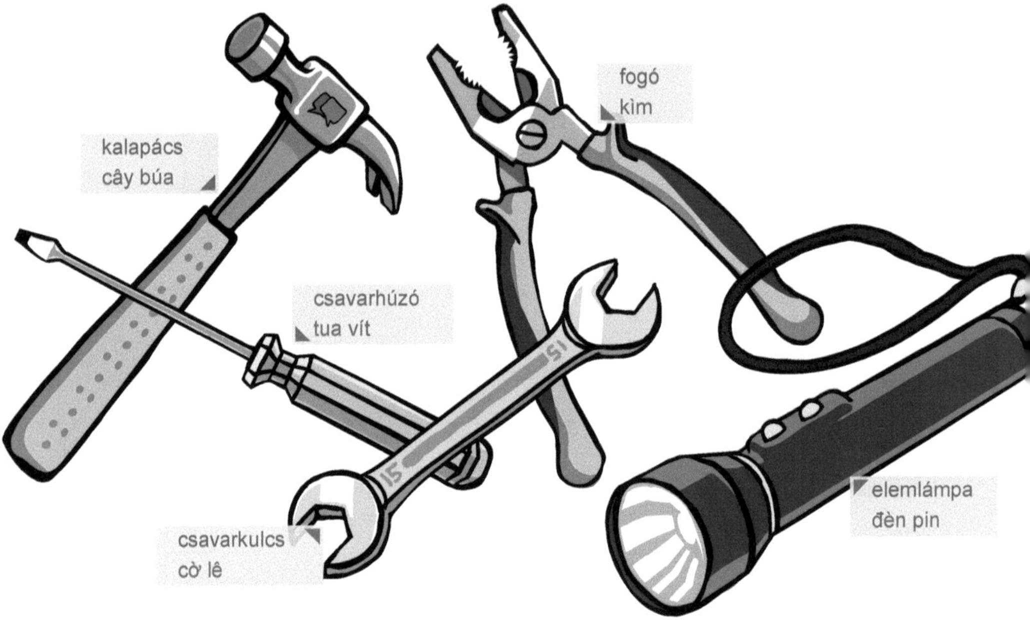
kalapács
cây búa
fogó
kìm
csavarhúzó
tua vít
csavarkulcs
cờ lê
elemlámpa
đèn pin

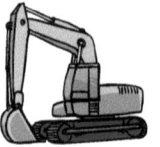

markolócép

máy xúc đất

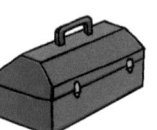

szerszámosláda

hộp dụng cụ

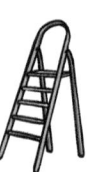

vödör

cái thang

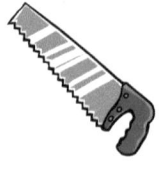

fűrész

cưa

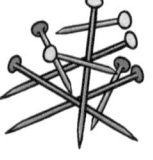

szög

đinh

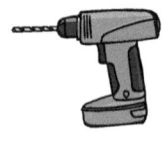

fúrógép

máy khoan

megjavítani

sửa chữa

lapát

cái xẻng

A francba!

khốn nạn!

szemétlapát

cái hót rác

festékesdoboz

thùng sơn

csavar

vít

hangszerek
nhạc cụ

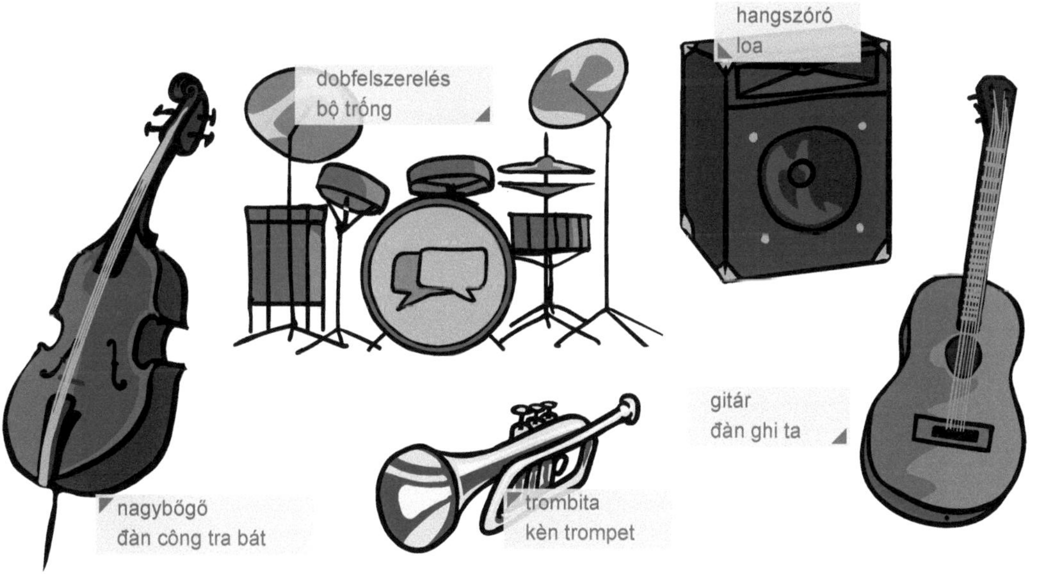

dobfelszerelés
bộ trống

hangszóró
loa

nagybőgő
đàn công tra bát

trombita
kèn trompet

gitár
đàn ghi ta

zongora

đàn piano

hegedű

đàn vĩ cầm

basszusgitár

ghi ta bass

üstdob

trống định âm

dobok

trống

digitális zongora

đàn organ

szaxofon

kèn Saxophone

fuvola

sáo

mikrofon

micro

állatkert
vườn bách thú

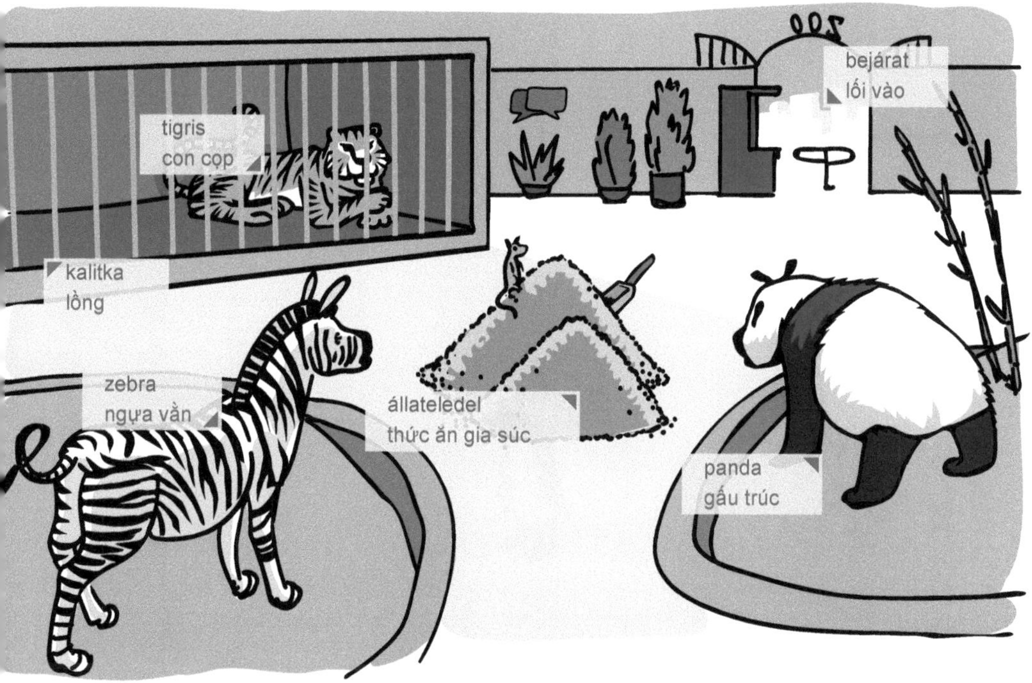

tigris
con cọp
bejárat
lối vào
kalitka
lồng
zebra
ngựa vằn
állateledel
thức ăn gia súc
panda
gấu trúc

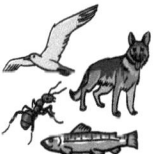

állatok

động vật

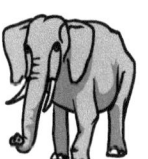

elefánt

con voi

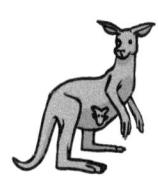

kenguru

chuột túi

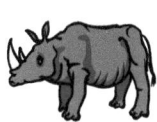

orrszarvú

tê giác

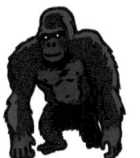

gorilla

khỉ đột

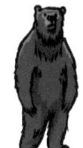

medve

con gấu

teve

lạc đà

strucc

đà điểu

oroszlán

sư tử

majom

con khỉ

flamingó

hồng hạc

papagáj

con vẹt

jegesmedve

gấu bắc cực

pingvin

chim cánh cụt

cápa

cá mập

páva

con công

kígyó

con rắn

krokodil

cá sấu

állatgondozó

người trông giữ vườn bách
thú

fóka

hải cẩu

jaguár

báo đốm

póniló

ngựa lùn

leopárd

con báo

víziló

hà mã

zsiráf

hươu cao cổ

sas

đại bàng

vaddisznó

heo rừng

hal

cá

teknős

con rùa

rozmár

hải mã

róka

con cáo

gazella

linh dương

amerikai futball
bóng bầu dục Mỹ

kerékpározás
đua xe đạp

tenisz
quần vợt

kosárlabda
bóng rổ

úszás
bơi

jégkorong
khúc côn cầu trên băng

boksz
đấm bốc

futball
bóng đá

tollas
cầu lông

atlétika
điền kinh

kézilabda
bóng ném

síelés
trượt tuyết

lovaspóló
polo

tevékenységek
các hoạt động

nevetni
cười
ugrani
nhảy
ölelni
ôm
sétálni
đi bộ
énekelni
ca hát
álmodni
mơ
dicsérni
cầu nguyện
csókolni
hôn

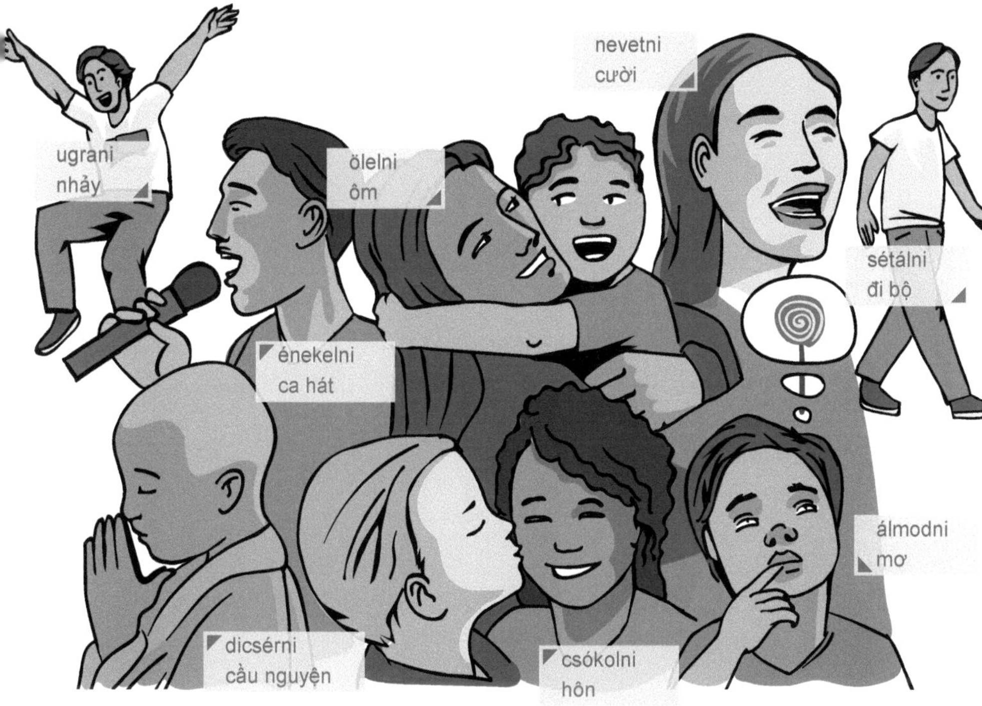

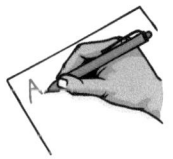

írni
viết

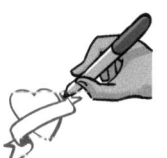

rajzolni
vẽ

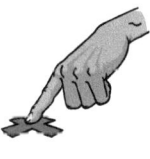

mutatni
chỉ trỏ

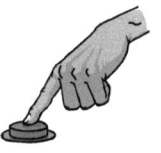

tolni
đẩy

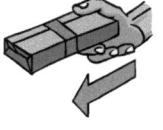

adni
cho

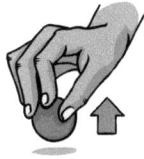

vinni
lấy đi

birtokolni

có

csinálni

làm

lenni

thì / là

állni

đứng

futni

chạy

húzni

kéo

hajít

ném

esni

rơi

hazudni

nằm

várni

chờ đợi

vinni

mang vác

ülni

ngồi

felvenni

mặc quần áo

aludni

ngủ

felébredni

thức dậy

ránézni

xem

sírni

khóc

simogat

vuốt ve

fésülni

chải

beszélni

nói chuyện

megérteni

hiểu

kérdezni

câu hỏi

hallgatni

nghe

inni

uống

enni

ăn

takaritani

dọn dẹp

szeretni

yêu

főzni

nấu nướng

vezetni

lái xe

szállni

bay

vitorlázni

đi thuyền buồm

számol

tính toán

olvasni

đọc

tanulni

học

dolgozni

làm việc

házasodni

cưới

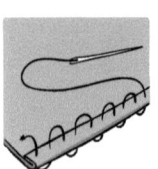

varrni

khâu vá

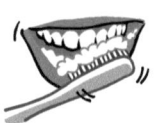

fogat mosni

đánh răng

ölni

giết

dohányozni

hút thuốc

küldeni

gửi đi

család
gia đình

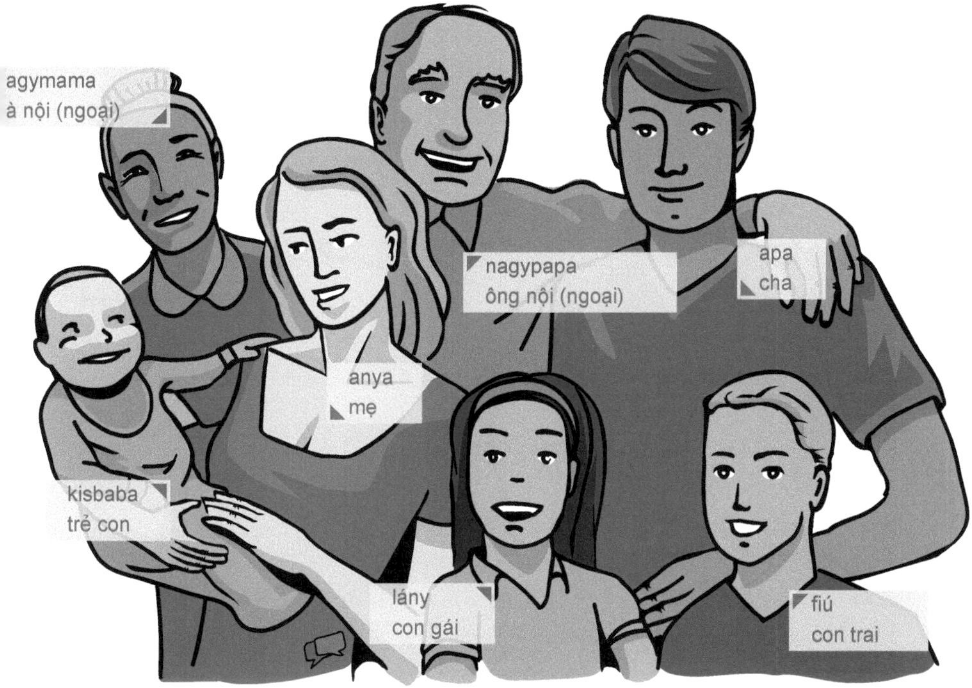

agymama
à nội (ngoại)
nagypapa
ông nội (ngoại)
apa
cha
anya
mẹ
kisbaba
trẻ con
lány
con gái
fiú
con trai

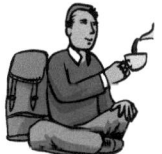

vendég

khách

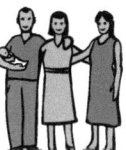

nagynéni

cô (dì)

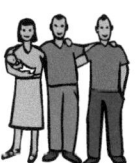

nagybácsi

chú, bác (cậu)

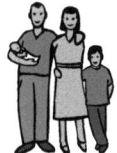

fiútestvér

anh (em) trai

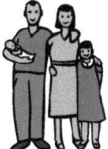

lánytestvér

chị (em) gái

test

cơ thể

homlok
trán
szem
mắt
váll
vai
ujj
ngón tay
arc
mặt
áll
cằm
kéz
bàn tay
láb
chân
mell
ngực
kar
cánh tay

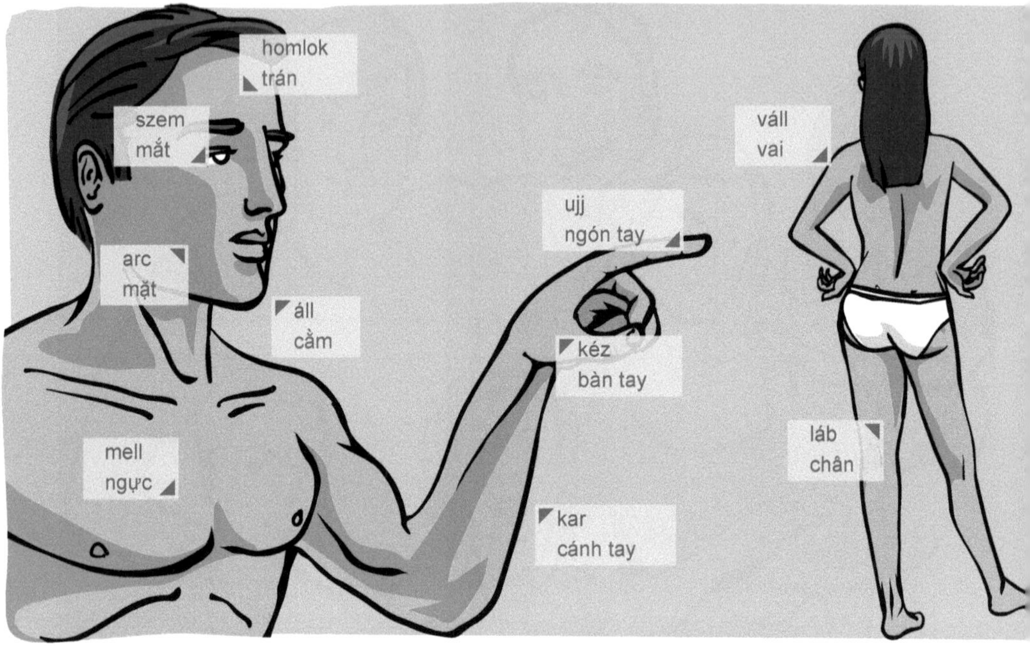

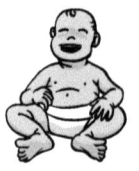

kisbaba

trẻ con

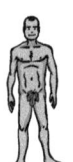

ember

đàn ông

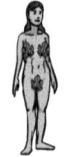

nő

phụ nữ

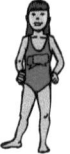

lány

bé gái

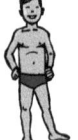

fiú

bé trai

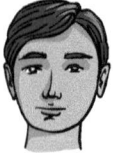

fej

đầu

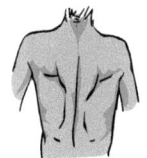

hát

lưng

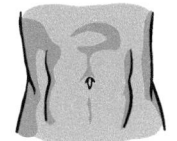

has

bụng

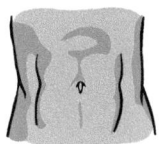

köldök

rốn

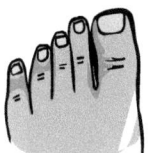

lábujj

ngón chân

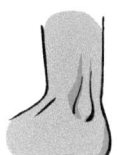

sarok

gót chân

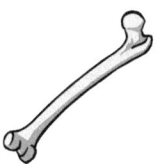

csont

xương

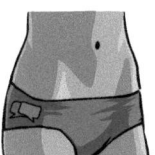

csípő

hông

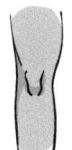

térd

đầu gối

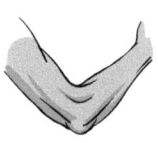

könyök

khuỷu tay

orr

mũi

fenék

mông

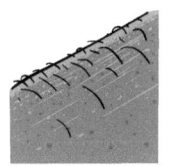

bőr

da

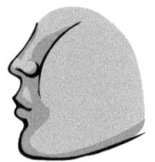

orca

má

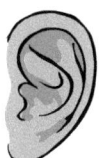

fül

tai

ajak

môi

száj

miệng

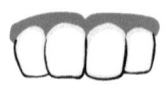

fog

răng

nyelv

lưỡi

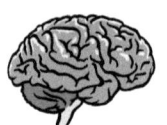

agy

não

szív

tim

izom

cơ bắp

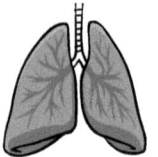

tüdő

phổi

máj

gan

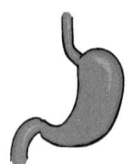

gyomor

dạ dày

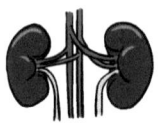

vese

thận

szex

giao hợp

kondom

bao cao su

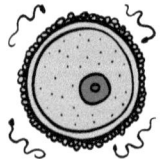

petesejt

noãn

sperma

tinh dịch

terhesség

mang thai

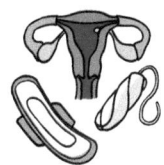

menstruáció

kinh nguyệt

vagina

âm vật

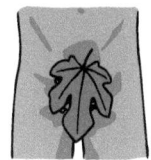

pénisz

dương vật

szemöldök

lông mày

haj

tóc

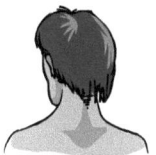

nyak

cổ

kórház
bệnh viện

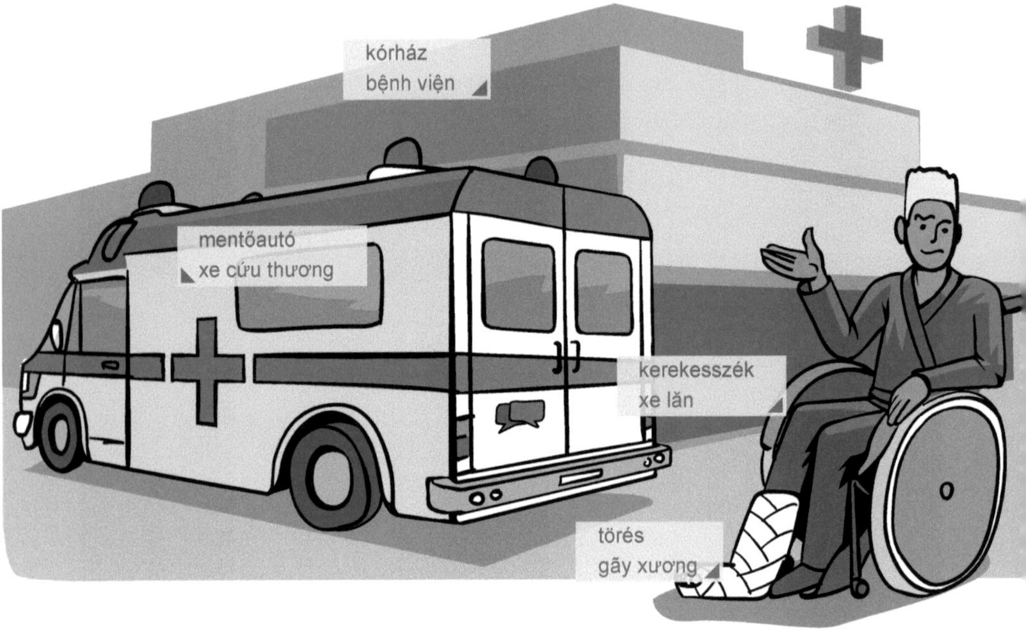

kórház
bệnh viện
mentőautó
xe cứu thương
kerekesszék
xe lăn
törés
gãy xương

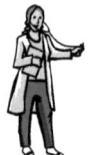

orvos

bác sĩ

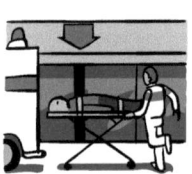

sürgősségi osztály

phòng cấp cứu

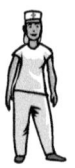

ápoló

y tá

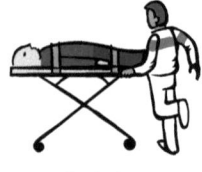

vészhelyzet

cấp cứu

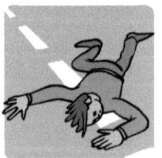

eszméletlen

bất tỉnh

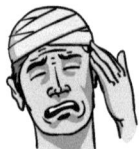

fájdalom

cơn đau

sérülés

bị thương

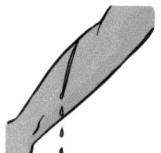

vérzés

chảy máu

szívroham

nhồi máu cơ tim

szélütés

đột quỵ

allergia

dị ứng

köhögés

ho

láz

sốt

influenza

cúm

hasmenés

tiêu chảy

fejfájás

đau đầu

rák

ung thư

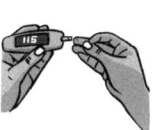

cukorbetegség

bệnh tiểu đường

sebész

bác sĩ phẫu thuật

szike

dao mổ

műtét

giải phẫu

CT

chụp cắt lớp

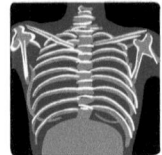

röntgen

chụp x-quang

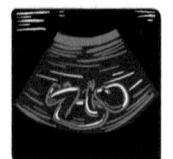

ultrahang

siêu âm

arcmaszk

mặt nạ

betegség

bệnh

váróterem

phòng đợi

mankó

cái nạng

sebtapasz

băng dán vết thương

kötszer

băng bó

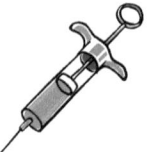

injekció

tiêm thuốc

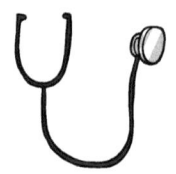

sztetoszkóp

ống nghe khám bệnh

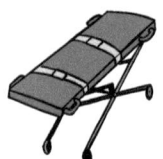

hordágy

băng ca

klinikai hőmérő

nhiệt kế

születés

sinh đẻ

túlsúly

thừa cân

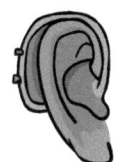

hallókészülék

máy trợ thính

fertőtlenítőszer

chất khử trùng

fertőzés

nhiễm trùng

vírus

vi rút

HIV/AIDS

HIV / AIDS

orvosság

thuốc

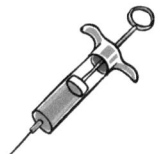

oltás

tiêm chủng

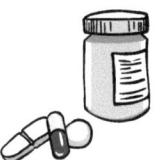

tabletták

thuốc viên

tabletta

viên thuốc

sürgősségi hívás

gọi cấp cứu

vérnyomásmérő

máy đo huyết áp

betegség / egészség

bệnh / khỏe mạnh

Segítség!

cứu!

riasztás

báo động

rajtaütés

cuộc đột kích

támadás

sự tấn công

veszély

mối nguy hiểm

vészkijárat

lối thoát hiểm

tűz!

cháy!

tűzoltókészülék

bình chữa cháy

baleset

tai nạn

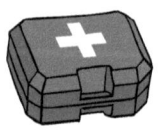

elsősegélycsomag

bộ dụng cụ sơ cứu

SOS

SOS

rendőrség

cảnh sát

Európa

châu Âu

Észak-Amerika

Bắc Mỹ

Dél-Amerika

Nam Mỹ

Afrika

châu Phi

Ázsia

châu Á

Ausztrália

châu Úc

Atlanti-óceán

Đại Tây Dương

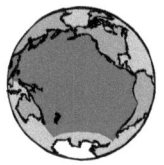

Csendes-óceán

Thái Bình Dương

Indiai-óceán

Ấn Độ Dương

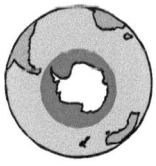

Déli-óceán

Nam Cực Dương

Jeges-tenger

Bắc Băng Dương

Északi-sark

bắc cực

Déli-sark

nam cực

Antarktisz

nam cực

föld

trái đất

szárazföld

đất liền

tenger

biển

sziget

đảo

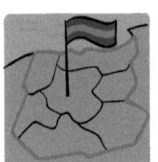

nemzet

quốc gia

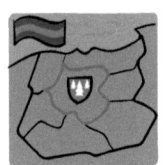

állam

nhà nước

számlap

mặt đồng hồ

kismutató

kim chỉ giờ

nagymutató

kim chỉ phút

másodpercmutató

kim chỉ giây

Mennyi az idő?

Bây giờ là mấy giờ?

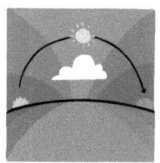

nap

ngày

idő

thời gian

most

bây giờ

digitális óra

đồng hồ điện tử

perc

phút

óra

giờ

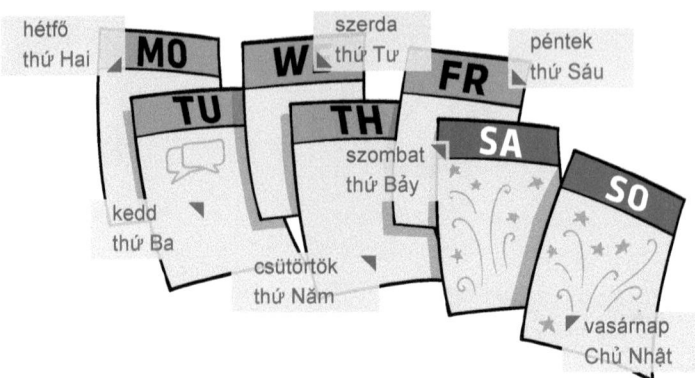

hétfő
thứ Hai

szerda
thứ Tư

péntek
thứ Sáu

kedd
thứ Ba

szombat
thứ Bảy

csütörtök
thứ Năm

vasárnap
Chủ Nhật

tegnap

hôm qua

ma

hôm nay

holnap

ngày mai

reggel

buổi sáng

dél

buổi trưa

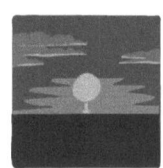

este

buổi tối

MO	TU	WE	TH	FR	SA	SU
1	2	3	4	5	6	7
8	9	10	11	12	13	14
15	16	17	18	19	20	21
22	23	24	25	26	27	28
29	30	31	1	2	3	4

hétköznap

ngày làm việc

MO	TU	WE	TH	FR	SA	SU
1	2	3	4	5	6	7
8	9	10	11	12	13	14
15	16	17	18	19	20	21
22	23	24	25	26	27	28
29	30	31	1	2	3	4

hétvége

cuối tuần

év

năm

eső
mưa
szivárvány
cầu vồng
szél
gió
hó
tuyết
tavasz
mùa xuân
nyár
mùa hè
ősz
mùa thu
tél
mùa đông

4.APRIL 11°
5.APRIL 4°
6.APRIL 13°
7.APRIL 8°
8.APRIL 10°

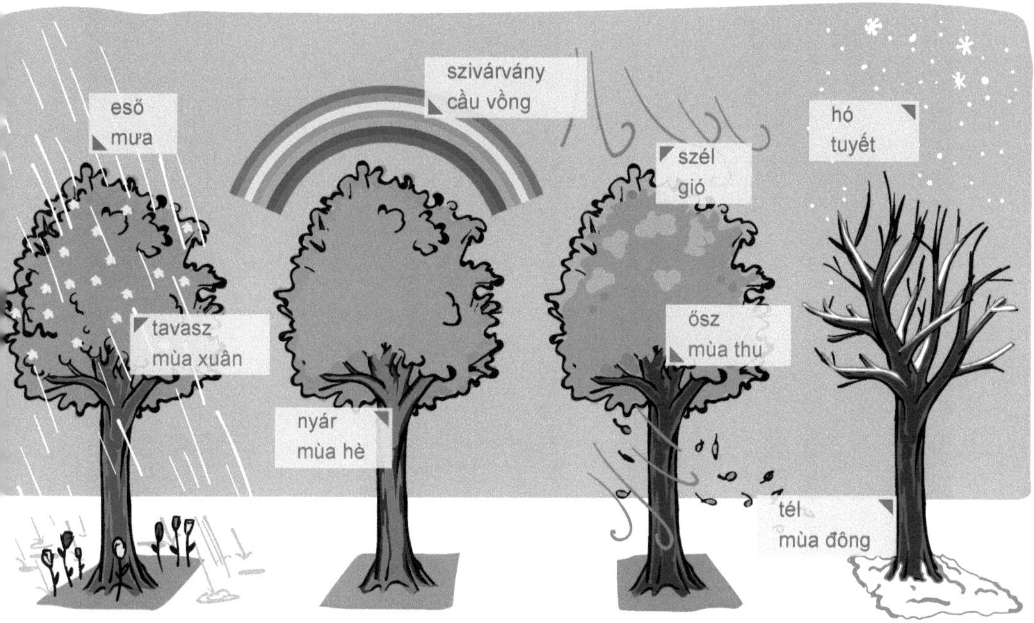

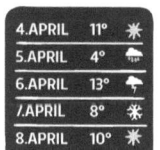

időjárás előrejelzés

dự báo thời tiết

F C
120 90 60 30 0 -30
40 30 20 10 0 -10 -20

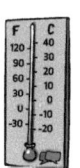

hőmérő

nhiệt kế

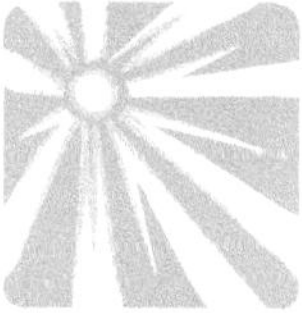

napsütés

ánh nắng

felhő

mây

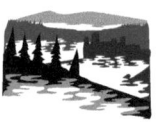

köd

sương mù

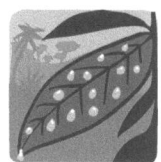

páratartalom

độ ẩm không khí

villámlás

tia chớp

mennydörgés

sấm sét

vihar

cơn bão

jégeső

mưa đá

monszun

gió mùa

áradás

lũ lụt

jég

nước đá

január

tháng Một

február

tháng Hai

március

tháng Ba

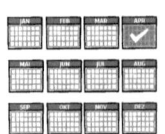

április

tháng Tư

május

tháng Năm

június

tháng Sáu

július

tháng Bảy

augusztus

tháng Tám

év - năm

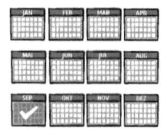

szeptember
....
tháng Chín

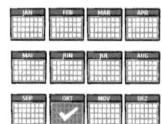

október
....
tháng Mười

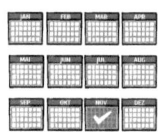

november
....
tháng Mười Một

december
....
tháng Mười Hai

alakzatok
hình dạng

kör
....
hình tròn

négyzet
....
hình vuông

téglalap
....
hình chữ nhật

háromszög
....
hình tam giác

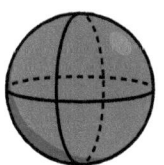

gömb
....
hình cầu

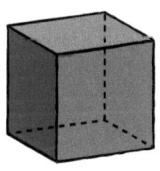

kocka
....
khối vuông

fehér

màu trắng

sárga

màu vàng

narancs

màu cam

rózsaszín

màu hồng

piros

màu đỏ

lila

màu tím

kék

màu xanh dương

zöld

màu xanh lá cây

barna

màu nâu

szürke

màu xám

fekete

màu đen

sok / kevés

nhiều / ít

mérges / nyugodt

tức tối / điềm tĩnh

szép / csúnya

xinh đẹp / xấu xí

kezdet / vég

bắt đầu / kết thúc

nagy / kicsi

to / nhỏ

világos / sötét

sáng / tối

fivér / nővér

anh (em) trai / chị (em) gái

tiszta / koszos

sạch / bẩn

teljes / nem teljes

đủ / thiếu

nappal / éjszaka

ngày / đêm

halott / élő

chết / sống

széles / keskeny

rộng / chật hẹp

ehető / nem ehető

ăn được / không ăn được

gonosz / kedves

ác / tử tế

izgatott / unott

hào hứng / chán nản

kövér / vékony

béo / gầy

első / utolsó

đầu tiên / cuối cùng

barát / ellenség

bạn / thù

teli / üres

đầy / rỗng

kemény / puha

cứng / mềm

nehéz / könnyű

nặng / nhẹ

éhség / szomjúság

đói / khát

betegség / egészség

bệnh / khỏe mạnh

illegális / legális

bất hợp pháp / hợp pháp

intelligens / buta

thông minh / ngu

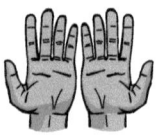

bal / jobb

trái / phải

közel / távol

gần / xa

új / használt
mới / cũ

semmi / valami
không có gì cả / có cái gì đó

idős / fiatal
già / trẻ

be / ki
bật / tắc

nyitva / zárva
mở / đóng

csendes / hangos
im lặng / ồn ào

gazdag / szegény
giàu / nghèo

helyes / helytelen
đúng / sai

érdes / sima
sần sùi / mịn màng

szomorú / vidám
buồn / vui

rövid / hosszú
ngắn / dài

lassú / gyors
chậm / nhanh

nedves / száraz
ẩm ướt / khô ráo

meleg / hideg
ấm áp / mát mẻ

háború / béke
chiến tranh / hòa bình

0

nulla

số không

1

egy

một

2

kettő

hai

3

három

ba

4

négy

bốn

5

öt

năm

6

hat

sáu

7

hét

bảy

8

nyolc

tám

9

kilenc

chín

10

tíz

mười

11

tizenegy

mười một

12

tizenkettő

mười hai

13

tizenhárom

mười ba

14

tizennégy

mười bốn

15

tizenöt

mười lăm

16

tizenhat

mười sáu

17

tizenhét

mười bảy

18

tizennyolc

mười tám

19

tizenkilenc

mười chín

20

húsz

hai mươi

100

száz

một trăm

1.000

ezer

một ngàn

1.000.000

millió

một triệu

angol

tiếng Anh

amerikai angol

tiếng Anh Mỹ

mandarin kínai

tiếng Quan Thoại

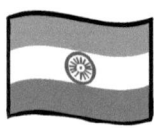

hindi

tiếng Hin-di

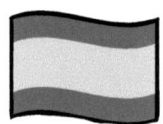

spanyol

tiếng Tây Ban Nha

francia

tiếng Pháp

arab

tiếng Ả-rập

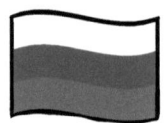

orosz

tiếng Nga

portugál

tiếng Bồ Đào Nha

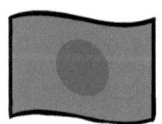

bengáli

tiếng Bengal

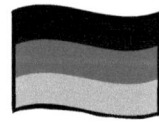

német

tiếng Đức

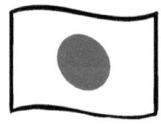

japán

tiếng Nhật

én
·············
tôi

te
·············
bạn

ő
·············
anh ta / cô ta / nó

mi
·············
chúng tôi

ti
·············
các bạn

ők
·············
họ

ki?
·············
ai?

mi?
·············
cái gì?

hogyan?
·············
như thế nào?

hol?
·············
ở đâu?

mikor?
·············
lúc nào?

név
·············
tên

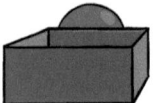

mögött

phía sau

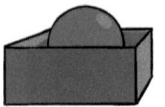

benne

ở trong

elötte

phía trước

felette

phía trên

rajta

ở trên

alatta

ở dưới

mellett

bên cạnh

között

ở giữa

hely

chỗ